நடுநிசி நாய்கள்

நடுநிசி நாய்கள்

நடுநிசி நாய்கள்
சுந்தர ராமசாமி (1931-2005)

தமிழின் முன்னோடி எழுத்தாளர்களில் ஒருவரான சுந்தர ராமசாமி நாகர்கோவிலில் பிறந்தார். பள்ளியில் மலையாளமும் ஆங்கிலமும் சமஸ்கிருதமும் கற்றார். 1951இல் 'தோட்டியின் மக'னைத் தமிழில் மொழிபெயர்த்ததே முதல் இலக்கியப் பணி. 1951இல் புதுமைப்பித்தன் நினைவு மலரை வெளியிட்டார். இவரது முதல் கதையான 'முதலும் முடிவும்' அதில் இடம் பெற்றது. மூன்று நாவல்களும் பல கட்டுரைகளும் சுமார் 60 சிறுகதைகளும், பசுவய்யா என்ற பெயரில் கவிதைகளும் எழுதினார். 1988இல் காலச்சுவடு இதழை நிறுவினார்.

சுந்தர ராமசாமிக்கு டொரொன்டோ (கனடா) பல்கலைக்கழகம் வாழ்நாள் இலக்கியச் சாதனைக்கான 'இயல்' விருதை (2001) வழங்கியது.

வாழ்நாள் இலக்கியப் பணிக்காகக் 'கதா சூடாமணி' விருதை யும் (2003) பெற்றார்.

சுந்தர ராமசாமி 14.10.2005 அன்று அமெரிக்காவில் காலமானார்.

மனைவி : கமலா. குழந்தைகள் : தைலா, கண்ணன், தங்கு. (மூத்த மகள் சௌந்தரா 1996இல் காலமானார்.)

சுந்தர ராமசாமியின் பிற நூல்கள்

சிறுகதைகள்

சுந்தர ராமசாமி சிறுகதைகள் (2006) (முழுத் தொகுப்பு)

அக்கரைச் சீமையில் (2007) (முதல் சிறுகதை வரிசை)

அழைப்பு (2003), பள்ளியில் ஒரு நாய்க்குட்டி (2008)

பல்லக்குத்தூக்கிகள் (2010), பள்ளம் (2012)

நாவல்கள்

ஒரு புளியமரத்தின் கதை (1966)

ஜே.ஜே: சில குறிப்புகள் (1981)

குழந்தைகள் பெண்கள் ஆண்கள் (1998)

குறுநாவல்கள்

திரைகள் ஆயிரம் (2008)

கவிதை

நடுநிசி நாய்கள் (2008)

சுந்தர ராமசாமி கவிதையை (முழுத்தொகுப்பு) (2005)

விமர்சனம்/கட்டுரைகள்

அந்தரத்தில் பறக்கும் கொடி (2014) (தமிழ் கிளாசிக்)

ந. பிச்சமூர்த்தியின் கலை: மரபும் மனிதநேயமும் (1991)

இவை என் உரைகள் (2003)

வானகமே இளவெயிலே மரச்செறிவே (2004)

மனக்குகை ஓவியங்கள் (2011) (கட்டுரைகள் உரைக விவாதங்கள்)

வாழ்க சந்தேகங்கள் (2004) (கேள்வி – பதில்)

புதுமைப்பித்தன் கதைகள்: சு.ரா குறிப்பேடு (2005)

வாழும் கணங்கள்(2005) (படைப்புகளின் தொகுப்பு)

புதுமைப்பித்தன்: மரபை மீறும் ஆவேசம் (2006)

ஒரு கலை நோக்கு: ஆளுமைகள் தோழமைகள் (2019)

நேர்காணல்கள்

சுந்தர ராமசாம நேர்காணல்கள் (2011)

பிற நூல்கள்

மூன்று நாடகங்கள் (2006)

தமிழகத்தில் கல்வி (2000) (வசந்தி தேவியுடன் உரையாடல்)

இதம் தந்த வரிகள் (2002) (கு. அழகிரிசாமி – சுந்தர ராமசாமி கடிதங்கள்)

ஒரு தடா கைதிக்கு எழுதிய கடிதங்கள் (2006)

நினைவுக் குறிப்புகள்

ஜீவா (2003), கிருஷ்ணன் நம்பி (2003), க.நா.சு. (2003), சி.சு. செல்லப்பா (2003), பிரமிள் (2005), ஜி. நாகராஜன் (2006), தி. ஜானகிராமன் (2007), கு. அழகிரிசாமி (2011), தொ.மு.சி. ரகுநாதன் (2014), ந. பிச்சமூர்த்தி (2016), நா. பார்த்தசாரதி (2016). கவிமணி (2019) மௌனி வெ. சாமிநா சர்மா என்.எஸ். கிருஷ்ணன் (2019)

மொழிபெயர்ப்புகள்

செம்மீன் (1962) (தகழி சிவசங்கரப்பிள்ளையின் சாகித்திய அகாதெமி பரிசுபெற்ற மலையாள நாவல்)

தோட்டியின் மகன் (2000) (தகழி சிவசங்கரப்பிள்ளை)

தொலைவிலிருக்கும் கவிதைகள் (2004)

சுந்தர ராமசாமி

நடுநிசி நாய்கள்

காலச்சுவடு பதிப்பகம்

நடுநிசி நாய்கள் ◆ கவிதைகள் ◆ ஆசிரியர்: சுந்தர ராமசாமி ◆ © கமலா ராமசாமி ◆ முதல் பதிப்பு: நவம்பர் 1975 ◆ காலச்சுவடு முதல் பதிப்பு: அக்டோபர் 2008, ஐந்தாம் (குறும்) பதிப்பு: ஜனவரி 2021 ◆ வெளியீடு: காலச்சுவடு பப்ளிகேஷன்ஸ் (பி) லிட்., 669 கே. பி. சாலை, நாகர்கோவில் 629001 ◆ முன் அட்டை ஓவியம்: ஆர்.பி. பாஸ்கரன் ◆ பின் அட்டைக் கோட்டோவியம்: கே.எம். ஆதிமூலம் ◆ உள் பக்கச் சித்திரங்கள்: கே.எம். ஆதிமூலம், எல். முனுசாமி, ஏ.பி. சந்தானராஜ், சுனில் தாஸ், ஆர்.பி. பாஸ்கரன், சி. தக்ஷிணாமூர்த்தி, கே.பி. சிதம்பர கிருஷ்ணன், வி. ராஜேந்திரன்

naTunici naaykaL ◆ Poems ◆ Author: suntara raamasaami ◆ © Kamala Ramaswamy ◆ Language: Tamil ◆ First Edition: November 1975 ◆ Kalachuvadu First Edition: October 2008, Fifth (Short) Edition: January 2021 ◆ Size: Demy 1 x 8 ◆ Paper: 18.6 kgmaplitho ◆ Pages: 72

Published by Kalachuvadu Publications Pvt. Ltd., 669 K.P. Road, Nagercoil 629001, India ◆ Phone: 91-4652-278525 ◆ e-mail: publications @kalachuvadu.com ◆ Front Cover Illustration: R.B. Bhaskaran ◆ Back Cover Illustration: K.M. Adimoolam ◆ Inside Drawings: K.M. Adimoolam, L. Munuswamy, A.P. Santhanaraj, Sunil Das, R.B. Bhaskaran, C. Dakshinamurthy, K.P. Chidambarakrishnan, V. Rajendran ◆ Printed at Compuprint Premier Design House, Chennai 600086

ISBN: 978-81-89945-46-6

01/2021/S.No.265 , kcp 2597, 18.6 (5) uss

கமலாவுக்கு

பதிப்புரை

சுந்தர ராமசாமியின் சிறுகதை, கவிதைத் தொகுப்பு களை மீண்டும் மறுபதிப்பாகக் கொண்டு வரும் திட்டத்தில் வெளிவரும் முதல் கவிதைத் தொகுப்பு 'நடுநிசி நாய்கள்.'

இதன் முதல் பதிப்பு நவம்பர் 1975இல் க்ரியா வெளியீடாக வந்தது. அதில் 29 கவிதைகள் இடம் பெற்றிருந்தன. அத் தொகுப்பிலுள்ள வரிசைக் கிரமத்திலேயே இத்தொகுப்பிலும் கவிதைகள் அச்சிடப்பட்டுள்ளன. அதிலுள்ள கோட்டோவி யங்களும் இத்தொகுப்பில் முழுமையாகப் பயன்படுத்தப் பட்டுள்ளன. ஆனால், '107 கவிதைகள்' (1996) தொகுப்பில் சுந்தர ராமசாமி செய்த திருத்தங்களுடனேயே இத்தொகுப் பிலும் கவிதைகள் இடம்பெற்றுள்ளன.

பதிப்பாசிரியர்

பொருளடக்கம்

கதவைத் திற

கதவைத் திற காற்று வரட்டும்

சிறகை ஒடி
விசிறியின்
சிறகை ஒடி.
விசிறிக்குள் காற்று
மலடிக்குக் குழந்தை

கதவைத் திற காற்று வரட்டும்

உணவை ஒழி
உடலின்
உணவை ஒழி
உணவில் உயிர்
நீருள் நெருப்பு

கதவைத் திற காற்று வரட்டும்

சிலையை உடை
என்
சிலையை உடை
கடலோரம்
காலடிச் சுவடு

கதவைத் திற காற்று வரட்டும்.

எழுத்து, மே 1959

பின் திண்ணைக் காட்சி

துளசி
மகத்துவ இலைகளுடன்
தென்றலுக்குக் குலுங்குகிறது
மகத்துவமாய்க் கழியும் அதன் நாட்கள்

இரண்டு சொட்டு எண்ணெய்க்கு
இக்கிணற்றின் நாட்டு ராட்டு
எடுத்து வரும் ஓலம்
காற்றில் கரைகிறது

ஓட்டை வாளி
உலர்ந்த கிணற்றடியில்
ஈரம் பண்ணி அதன் மேல்
தொப்பென்று சரிந்திருக்கும்
ரோகக் கிழவிபோல்...

பானை நிமிர
சுடுசோறு சிப்பில் ஏந்தி
படியிறங்கி வந்த கரங்கள்
காலம் மென்றது அறியாத
குருட்டுக் காகங்கள்
பாத்ரும் கூரையில் காத்து
இடம் மாறி அலுக்கின்றன

நாட்டு ராட்டுக்கு எண்ணெய் இல்லை

கொடித் துணிகளுக்குத் தெரியும்
அவை படும் அலைக்கழிப்பு
கொடிக் கம்பிக்கும் கொஞ்சம் தெரியும்

துளசி
மகத்துவ இலைகளுடன்
இளைய ராணிபோல்
பீடத்தில் கொலுக்கொண்டு
தென்றலில் குலுங்குகிறது.

அஃக், நவம்பர் 1972

சுந்தர ராமசாமி

கடல் சிரித்தது

கல்லும் பிராணன் இழுத்து
மேலெழுந்து பறந்தது.

அலைகள் பாதம் முளைத்துக்
கரையேறி வந்தன.

திசுக்கள் பரிணமித்து
வேதங்கள் கோஷித்தனர்.

மூளைச் சுடரின் அங்குசம்பட்டு
பிளிறி எழுந்தன யானைகள்.

மின்னலும் மழையும்
பின்பக்கம் நின்றன.

அத்தனையும் முடிந்து
ஒரு விசும்பல் எழுந்தது.

ஏன் என்றது வானம்
நான் யார் என்று கேட்டது
மண்ணில் ஒரு குரல்
கடல் சிரித்தது.

சதங்கை, பிப்ரவரி 1975

என் எழுத்து

காற்றைத் திரித்து நகத்தைக் கிழித்து விளக்கேற்றி
ஊனைக் கரைத்து உயிரைப் பிழிந்து எழுத்தாக்கி
நெஞ்சைக் குத்தி விரலைத் தோய்த்துப் படைத்தேன்

திரியை எரித்தது விளக்கு
விளக்கை அணைத்தது காற்று
விரலையும் கரைத்தது குருதி

எனினும்
என்னை அழிக்க யாருண்டு
எழுத்தில் வாழ்பவன் அன்றோ நான்.

எழுத்து, அக்டோபர் 1959

சுந்தர ராமசாமி

நான் கண்ட நாய்கள்

சில நாய்கள்
வேளைகெட்ட வேளைகளில் உறங்கும்.

சில நாய்கள்
ப்ளுக்கெனக் கக்கி
அக் கக்கலை
அதி சுவாரஸ்யமாய் நக்கித் தின்னும்.

சில நாய்கள்
புட்டிப் புண் ஈக்கள் லபக்காக்க
முக்கி முதுகு வளைத்தும்
வாய்க்கு எட்டாது நகர்ந்தோடும்
புட்டியின் ஜாலம் புரியாது சரியும்.

சில நாய்கள்
இருந்த இருப்பில்
கத்தத் தொடங்கி
நிறுத்தத் தெரியாமல்
அக்கத்தலில் மாட்டிக்கொண்டு சுழலும்.

கொடும் வெயிலில்
சில நாய்கள்
பெண் துவாரம் தேடி அலைந்து
ஏமாந்து
பள்ளிச் சிறுமிகளை விரட்டும்.

இவ்வாறு
இவ்வாறு
இவ்வுலகில்
நான் கண்ட நாய்களின் சீலங்கள்
வாலுக்கு ஒரு விதம்.

என்றாலும் உண்ணும் உணவில் குறுக்கிட்டால்
பட்டெனப் பிடுங்குவதில்
இவையெல்லாம்
நாய்கள்.

ஞானரதம், டிசம்பர் 1973

சவால்

நோவெடுத்துச் சிரம் இறங்கும் வேளை
துடைகள் பிணைத்துக் கட்ட
கயிறுண்டு உன் கையில்.

வாளுண்டு என் கையில்
வானமற்ற வெளியில் நின்று
மின்னலை விழுங்கிச் சூழுறும்
மனவலியுண்டு.

ஓய்ந்தேன் என மகிழாதே
உறக்கமல்ல தியானம்
பின்வாங்கல் அல்ல பதுங்கல்.

எனது வீணையின் மீட்டலில்
கிழிபடக் காத்துக் கிடக்கின்றன
உனக்கு நரையேற்றும் காலங்கள்.

எனது கொடி பறக்கிறது
அடிவானத்துக்கு அப்பால்.

அஃக், நவம்பர் 1972

சுந்தர ராமசாமி

கொள்கை

மேற்கே
ரொமாண்டிசிஸம்
நாச்சுரலிஸம்
ரியலிஸம்
அப்பால்
இம்பிரஷனிஸம்
என் மனைவிக்குத்
தக்காளி ரஸம்

அப்பால்
ஸிம்பலிஸம்
கூபிஸம்
ஸர்ரியலிஸம்
மீண்டும்
வெறும்
ரியலிஸம்

அப்பால்
அதற்கும்
அப்பால்?
சொல்லும்
எட்மண்ட் வில்சன்
நீர் சொல்லும் கனிவாய்.
சொல்லும்
மிஸ்டர் பிரிச்செட்
நீர் சொல்லும்
தயைகூர்ந்து

ஸாத்ரேக்கு
எக்ஸிஸ் —
டென்ஷலிஸம்
காமுவுக்கு
இன்னொன்று

சுந்தர ராமசாமி

பின்னால்
வேறொன்று,
காமுவின் விதவைக்கு
மற்றொன்று,
பிறிதொன்று
அவள் அருமைப்
பாட்டிக்கு.

கரடிக்குக் கம்யூனிஸம்
கதர்க் குல்லா சோஷலிஸம்
டாலர் ஹூமனிஸம்
பீக்கிங்கு
என்ன?
சொல்லும்
ஏ.ஐ.ஆரே
சொல்லும்
மிக விரைவாய்.

நாம் எல்லாம்
டமில் எழுத்தாளர்
நமக்கோ
பிளேஜியரிஸம்.

இலக்கிய வட்டம், செப்டம்பர் 1964

காற்று

காற்று கதவைத் தட்டும்
முட்டும்
தாழிட்டதில்லை.

ஒருக்களித்த கதவுகள்மீது
ஆங்காரம் கொள்ளும்
திற அல்லது மூடு
எனக் கத்தும்.

எனினும் தூசி போர்த்தும்
நெடுகிலும் பரப்பும்.

எனது பெயர்
உக்கிரப் பெருவழுதி
எனக் கூறிச் செல்லும்.

சருகு உதிர்க்கும்
எனினும் தளிர் ஒடிக்கும்.

மூட ஜென்மம்.

எனினும் குருவிகளை முத்தமிடும்
அதிர்ஷ்டம் கொண்டது.

கசடதபற, மார்ச் 1973

சுந்தர ராமசாமி

வாழ்க்கை

பாம்பைக் கண்டதும்
கல்லெடுத்தாய்
நான் கல்லானேன்

வாளைக் கண்டதும்
வில்லை வளைத்தாய்
வாளுறை யானேன்

மதயானை வந்ததும்
அலறி யடித்தாய்
வாலிலூசல் பயின்றேன்

பின்னொரு நாள்
முச்சந்தியில்
சறுக்கி விழுந்து
செத்தேன் நான்

செத்துச் செத்துப்
பிழைத்தாய் நீ
வாழ்ந்து வாழ்ந்து
அழிந்தேன் நான்.

எழுத்து, ஜூன் 1959

கன்னியாகுமரியில்

இன்று அபூர்வமாய்
மேகமற்ற வானம்
மிகப்பெரிய சூரியன்
ஒரே ரத்தக் கலங்கல்.

எங்கிருந்தோ வந்து
சூரியாஸ்தமனத்தை மறைக்கிறது
இந்த ஆட்டுக்குட்டி
அசடு
அபோதம்
தன்னிலை அறியாதது.

இடம் பெயர்வதா
நின்ற நிலையில் நிற்பதா?

மூளையில் தர்க்கம்
அறுபட்டு விழித்ததும்
நகர்ந்தோடியிருந்தது ஆட்டுக்குட்டி.

சூரியனைக் காணோம்.

சதங்கை, ஏப்ரல் 1975

ஆந்தைகள்

ஆந்தையை நான் பார்த்து
ரொம்ப நாளாச்சு —
அந்த ஒரிஜினல் ஆந்தையை.

இருந்தாலும் அடிக்கடி
அடிக்கடி இல்லையென்றாலும்
அவ்வப்போது, இல்லை அடிக்கடியே
மண்ணாந்தைகள் எதிர்ப்படுகின்றன.
உண்மைதான் மறுக்கவில்லை.

சாலையைக் குறுக்காகத் தாண்ட
நான் விரையும்போது
குறுக்கிட்டுத் தாண்டி எதிர்ப்படுகின்றன
இம் மண்ணாந்தைகள்.

குறுக்கிட்டுத் தாண்டும்
இம் மண்ணாந்தைகள்
என் கனவுகளில் உட்புகுந்து
கலாட்டா செய்து
எனது ஸ்கலிதத்தில் வெளிப்பட்டு
துடைகளைக் கடிப்பதால்
இப்பொழுதெல்லாம் நான்
கனவுகள் இன்றியே
காலம் கழிக்கிறேன்.

என்னதான் சொன்னாலும்
இம் மண்ணாந்தைகள்
பாத்ரும் கதவைத்
தாழிட்டுத் திரும்பியதும்
குழாய்களின் அடியில்
படுத்துக் கிடப்பது
பயமாய் இருக்கிறது.

எனது அருமை நண்பன்
தனிமைக் கிடங்கில் என்னைத்

   சுந்தர ராமசாமி

தள்ளிவிட்டு மறைந்ததும்
இம் மண்ணாந்தைகள்,
என் மனத்தில் புகுந்து
என்னைக் கட்டிலில் சரிக்கின்றன.

கொட்டும் மழையில்
மழைத்துளி பிடித்து
பாரசூட்டுப் போல்
வழுக்கி இறங்கி
கண்கொட்டிப் பார்க்கையில்
ஒன்று பத்து லட்சம் கோடியென
மைதானத்தில் பெருகி
தோல்குடை பிடித்து
மலையடிவாரம் நோக்கி
இம் மண்ணாந்தைகள்
நகர்ந்து செல்வதை
என்றுமே பார்க்கிறேன்.
என்றாலும்
இவையனைத்தும்
சுப்ரபாதத்திற்குப் பின்
ரேடியோ பெட்டியுள்
எவ்வாறு புகுந்தன என்பது
அறியாது விழிக்கிறேன்.

இவ்வாறெல்லாம் நாட்களைக்
கடத்திச் செல்கையிலும்
பொல்லாப்பு வேண்டாமென
நான் ஒதுங்கியும் உறங்கியும்
விதியைத் தீர்க்கையிலும்
இம் மண்ணாந்தைகள்
அவ்வப்போதும் அடிக்கடியும்
இல்லை எப்பொழுதுமே என் முன் வந்து
ஈன சுரம் காட்டி
சிறிது நகைத்து
எச்சமிட்டு
தாரா போல் கத்தி

தாரா போல் தத்தித் தத்தி
வெகுவேகமாய் விரைந்து
டிராபிக் சிக்னலுக்கு நின்று
பச்சை விழுந்ததும் பாய்ந்து முன்னேறி
மலையடிவாரம் நகர
வேட்டியை உதறிக் கட்டுகையில்
புசுபுசுவென வெளிப்பட்டு

மீண்டும் என் முன் நகைத்து
எச்சமிட்டு நகர்கின்றன.

எனினும் ஆந்தையை நான் பார்த்து
ரொம்ப நாளாச்சு.
அந்த ஒரிஜினல் ஆந்தையை.

அஃக், நவம்பர் 1972

மூடுபல்லக்கு

மூடுபல்லக்கின்
உள்ளே இல்லை மங்கை.
ஒற்றைக் குதிரை வீரன்
வாளுருவி முன்னேக
பதின்மர் தோள்சரிய
ஈரக் கருமை
முதுகு படர்ந்து ஓடிவழிய
மேல் மூச்சு வாங்க
பின்குதிரை வீரன்
அந்தரத்தில் சொடுக்கி
துரிசம் கூட்ட
மூடுபல்லக்கின்
உள்ளே இல்லை மங்கை.

மான் கூட்டம்
மருண்டு மதியிழந்து நிற்க
இமைகள் விரிந்து
விழியோரம் கிழிய
நிமிர்ந்த நீள்செவிகள்
திசைதிசையாய்ச் சுழன்று வர
பாய்ந்தொன்று ஆரம்பம்கூட்ட
பதினாயிரம் பின்தொடர்ந்து ஓட
ராக்ஷஸ சிலந்தி
ஓரம் விட்டகன்றோடி
மையம் புகுந்து
காய்ந்து சுருங்க
தாழைக் காட்டோரம்
முயல்கள் பம்மிப் பதுங்க
புற்றுவாய் தோறும்
தென்றல் சுகித்திருக்கும்
மூக்குக் கண்ணாடிகள்
பின்னகர்ந்து உள்மறைய
பதின்மர் மூச்சுத் தெவங்க

சுந்தர ராமசாமி

ஓடிவரும் துளிகள்
தாடையோரம் முத்துமுத்தாய்க் கூடி
விளைந்து உதிர
ஒற்றைக் குதிரை வீரன்
புறங்கழுத்தில்
அகந்தை வீற்றிருக்க
சொடுக்கும் சவுக்கு
அதிகாரம் கெக்கலிக்க
மூடுபல்லக்கின்
உள்ளே இல்லை மங்கை.

அப்பாலுக்கு அப்பால்
அடிவானத்துக்கு அப்பால்
மலைமறைக்கும் திசையினிலே
பேருடம்பின் ஒக்கலிலே
மல்லாந்து சரியும்
குறும்புக் குதலையென
அந்தரத்தில் முன் பாய்ந்து
காலின்றித் தவஞ்செய்யும்
விதான மண்டபத்தில்
நிலவுக்குக் கைகாட்டும் கண்களுடன்
கால்பாவா நிலைநின்று
நிலைகொள்ளக் கதியின்றி
சரசம் மீதூற
குருதி அழுத்த
நாளங்கள் புடைக்க
கலவிக் களியாம்
நாடகத்தின் ஒத்திகைகள்
மனத்திரையில் விரிந்துவர
ஊதுவத்தி குறுகிவர
பொழுதும் தேய
பூக்கள் கட்டவிழ்ந்து புன்னகைக்க
பஞ்சணையில்
கவிழ்ந்து கண்புதைத்து
குளம்போசைக்குக்

குதித்தெழுந்து நின்று
தெருபார்க்க நிலைகுத்தி
நிலைகுலையும் நிலைநிற்கும்
பீதாம்பரப் பெட்டகத்தான்
நின்று படபடக்க
மூடுபெல்லக்கின்
உள்ளே இல்லை மங்கை.

ஒற்றைக் குதிரை வீரன்
வாளுருவி முன்னேற
சொடுக்கும் சவுக்கு
குதிகால்கள் புண்ணாக்க
அட்டகாசம் விசைகூட்ட
தோள்மாற்றித் தோள்மாற்றி
மேலேற்றம் கிடுபள்ளம்
புற்றரை
முட்காடு
வனாந்தரம்
வழிநீள வழிநீள
கால்பின்னக் கண்ணிருள
சொடுக்கும் சவுக்கு
புண்பிடுங்க
தெருத் தெருவாய்
கதவோரம் பெண்டிர்
ஒருக்களித்து ஊடுருவ
வயலோரம் உறங்கும்
தவளைக் கூட்டங்கள்
நீர்நிலை சாடிக் குதிக்க
வெட்டுக்கிளிகள்
திடலோரம்
தத்தி அகன்றோட
அரைமுடிக் குட்டிகள்
அதிசயம் பார்த்து நிற்க
சின்னஞ் சிறுவர்
வாடைக் காற்றில்

சுருங்கி உள்ளுறையும்
குஞ்சுக் கருமொக்கின்
கௌதுகம் காட்டி நிற்க
சொடுக்கும் சவுக்கு
குருதி குடிக்க
பின்வீரன் கொக்கரிக்க
மூடுபல்லக்கின்
உள்ளே இல்லை மங்கை.

பின்வீரன் கொக்கரிக்க
பீதாம்பரப் பெட்டகத்தான்
நின்றநிலை சரிய
பஞ்சணையில் உடல்புரள
பதின்மர் துவண்டாட
பூக்கள் வாட
எழும் நிலவு
கைகொட்டிச் சிரிக்க
புரவிகள் கால்சோர
பூ எள்ள
புகை எள்ள
சொடுக்கும் சவுக்கு
அறுந்து தொங்க
செம்பில் பாலாற
தூக்கு விளக்கின்
தீபச் சுடர்
பின்னிறங்கிச் செல்ல
கல்லொன்று விழ
மனக்குளத்தில்
வானத்துச் சித்திரங்கள்
மடிந்து மடிந்து கலைந்தாட
பீதாம்பரப் பெட்டகத்தான்
பொறை இழந்து ஆடிக் குதிக்க
மூடுபல்லக்கின்
உள்ளே இல்லை மங்கை.

தீபம், பிப்ரவரி 1966

கண்ணாடிமுன் கடவுளையும் சேர்த்து ஒரு புகார்

என் மனம் என் முகம் நக்க
கன்றின் குறியைத் தாய் நாக்குபோல்
நக்கி அடிமடி எக்களித்துச் சுகங்காண
கிளுகிளுப்பு கால் இழுக்க
எத்தனைதரம் உன்முன் நகர்த்தப்பட்டேன்

இப்பொழுது அதற்கு அல்ல.

உலர்ந்த என் முகம் வெளிப்படும் சலிப்பில்
ஸ்புரித்தது 'இருக்குமே உனக்கும் ஒரு முகம்'
எங்கே அது
என் பிம்பத்தின் பின்னிலா
நான் இன்றி உன்னைக் காண ஒரு ஆசை.
உன் முகம் காண விழையும் என் முகமே
உன் முகம் மறைக்கும் விசித்திரக் கொடுமை.
நீதான் பளிங்கு எனில்
மரமும் கடலும் குருவிகளும் நட்சத்திரங்களும்
வால்துடிக்கக் கத்தும் அணிலும் புணர்ச்சியும்
கணக்கும் கருத்தும் தமுக்கின் ஓசையும்
என் முன் என் முகம் கக்குவது ஏன்?
என்று ஆடை உரித்து
அம்மணம் பற்றும் என் பார்வை.

கசடதபற, ஏப்ரல் 1973

சுந்தர ராமசாமி

கொஞ்சம் விச்ராந்தியாய் இரு

நண்ப,
என்று நடைபெறும்
நீ சதா எதிர்பார்த்து
ஆயத்தங்கூட்டி இயங்கும்
அம் மாபெரும் விசாரணை.

நண்ப,
எப்போதும் உனக்குக்
காரியமாற்ற ஒரு சாட்சி
சிந்திக்கக் காகிதம்
பேச ஒலிப்பதிவுக் கருவி.

பரிசுத்தப் பேருண்மையை
முடிவில் கடைந்தெடுக்கும்
மத்து எங்குள்ளது.

மருத்துவச் சான்றுபெற்று
பின் இருமுதல்
எப்போதும் சாத்தியமா.

கொஞ்சம் இருமு
குற்றமில்லை
கொஞ்சம் தனித்திருந்து அழு
குற்றமில்லை.

சும்மா இருந்து,
சுவடு பதியாமல் நடந்து
மௌனமாய்ச் சிந்தித்து
சமன் சற்றேனும் குலைக்காமல் ...

நண்ப,
கொஞ்சம் விச்ராந்தியாய் இரு.

சதங்கை, மார்ச் 1975

அலைச்சல்

தேடி அலையாதே
அலைந்து திரியாதே
நாட்குறிப்பில்
'நாளை வாழ்வின் துவக்கம்' என
மீண்டும் குறித்தென்ன பயன்
குறித்த பொழுதெல்லாம்
துவங்காத வாழ்வு
மீண்டும் குறிக்கத் துவங்குமென
மதி மயங்கி
மீண்டும் நாளையெனத்
தவணையிட்டுப் பயனென்ன
வாழ்வுக்கு விதியில்லை
சாவுக்கும் தவணையில்லை.
உருண்டோடும் பந்தோ
பின்னோட உருண்டோடும்

உன்னுள்
சில கவலைகள் ஒரு சிரிப்பு
அண்டசராசரம் ஆயிரமாயிரம்
கருந்திரை முக்காட்டினுள்
பதுங்கி மறைந்திருக்கும்
அசல் தெய்வங்கள் ஒருகோடி ஒருகோடி
ஆனந்த விதைகள்
அத்தனையும் சுமந்து
பின்னும்
இங்கும் அங்கும்
துளிதேடி துளிதேடி
புண்தேடி முலைதேடி
பித்தலாட்ட இன்பங்கள்
பின்சென்று பின்சென்று
அலுப்புற்ற சித்தம்
அலுப்பின் ஆவரணங்கள்

அள்ளிப் புணர்ந்து
ஆனந்தக் கசப்புகள்
அள்ளிப் பருகி
மீண்டும் நாட்குறிப்பில்
'நாளை வாழ்வின் துவக்கம்' எனக்
குறித்தென்ன பயன்.

தேடி அலையாதே
அலைந்து திரியாதே
உருண்டோடும் பந்து
பின்னோட உருண்டோடும்.

எழுத்து, மார்ச் 1966

  சுந்தர ராமசாமி

பிரமைகள்

சில சமயம் யானையின் சங்கிலி ஓசை நடுநிசியில் எழுப்ப
கண்ணனைப் புரட்டித் தூக்கித் தெருவாசல் இறங்கி
ஓசை நெருங்கிக் கணீரென்று விலகித் தேய
ஏதும் காணாமல்
'எதற்கு அப்பா' எனும்
கேள்விக்கும் பதில் தெரியாது விழிப்பேன்.

சில சமயம் இன்று ரோஜா பூத்திருக்குமென
கண்விழித்ததும் நினைவில் நிச்சயமாய் மின்ன
கட்டிய பாத்தியின் வெறுமை காட்சியைத் தாக்க
நினைத்துக் கடத்தியதன்றி
ஊன்றாத செடியை நினைவும் கொள்ள
விசனித்துத் திரும்புவேன்.

சில சமயம் மனத்தில் பால் கொதிக்க
தேடிப் பின்கட்டு சென்று
மூடிய பாத்ரும் கதவுமுன்
அசைவில் பிசுபிசுக்கும்
ஈரத்துணி ஈர்ப்பு மனநிழலாட
கொட்டும் நீரின் ஓசைக்குச்
செவிதந்து காத்திருப்பேன்.
காற்றும் கதவைத் திறக்க
உலர்ந்த தரையும் வெளிப்பட்டு நிற்க
ஏதோ விதம் வருவாள் என
அப்போதும் நினைப்பதன்றி
பிரிவுற்றது நினைவுகொள்ள மறுக்கும்.

ஞானரதம், ஏப்ரல் 1973

காலம்

மணியின் முள்ளில் காலமில்லை
காலமோ —
பருப்பொருளாய் நிமிர்ந்தெழுந்து
விழுதூன்றி வியாபகம் பெற்று
வானமுகட்டைச் சிரசிலேந்தி
எட்டுத் திசைச் சிப்பாய்களை
அக்குகளில் இடுக்கி
மாறி மாறி முலையூட்டி
அண்ட வெளியை
அடிவயிற்றில்
மடித்த காலின் முக்கோணக் குழிக்குள்
தொடைச்
சதையசைத்து உருளவைக்கும்
ராக்ஷஸ கூளி.

தத்துவக் கிழவன்
கண் திறந்து
கைலாகு பெற்றெழுந்து நின்று
நோக்கும் வெள்ளெழுத்துப் பார்வையில்
நாணி முகஞ்சிவந்து
கூசிக் குறுகி
தொட்டால் கரைந்துருகி
முகத்தெதிரே சூனியத்தை விட்டெறிந்து
கண்மங்கிய வேளையில்
மீண்டும் திரண்டெழுந்து
மரணத்தை ஏவி
நறுக்கென்று வினைமுடித்துக்
காரியம் காணும்
பொல்லாத கூளி.

மாயை என்றான் சங்கரன்;
அல்ல மாயையும் அல்லவென்றான்.
அரவிந்தனோ லீலை என்றான்;
லீலைதானோ என்று கேட்டான்.

சுந்தர ராமசாமி

அறிந்தறிந்து
தத்துவப் பாகனையே கொல்லும்
யானை அது.
இடைவெட்டித் தோள் சிலுப்பி
கண்காட்டி சரசத்துக்கு ஒப்பி
கைவிரித்து அருகணைந்தால்
பராக்குக் காட்டிப் பார்வை திருப்பி
ஏய்த்துவிட்டு மறைந்தோடும்
கள்ளச் சிறுக்கி அது.

ஈரக்கட்டை செருகிய
அடுப்பாய்ப் புகையுது
அக்கினியைத் தேடியலைந்த
என் மனசு.

காலம் என்ற ஒன்று
யாளியின் வாய்க்குள்
விரலுணர
ஓசையெழ உருண்டோடும்
கண்ணுக்குப் படாத
கல் பந்து.
குறையாத ஜாடியினின்று
நிறையாத ஜாடிக்குள்
பார்வைக்குத் தெவிட்டாமல்
வில்லாய் வளைந்துவிழும்
விழுந்து கொண்டேயிருக்கும்
கட்டித் தேன்பெருக்கு.
தரைக்கே வராது
காற்றோடு மிதந்தோடும்
பூப்பந்து.
கிணற்றினுள்ளே
கண்ணுக்குப் புலனாகும்
நதியின் பிரவாகம்.

தேயாததையெல்லாம்
தேய வைத்து
தேய்மானம் ஒன்றே

தேயாதது என்று
தேய்ந்தும் தேயாது
கோலோச்சும்
தேய்மானத் தத்துவம்.

எனக்கோ
கடவுள் அளித்த ரஜா.

மரணவூரில்
ஆஜராகி வேலை ஏற்க
யான் பெற்ற
கால அவதி.

மணியின் முள்ளில் காலமில்லை;
அக்கினியைத் தேடி
அலைந்த மனதோ
அடுப்பாய்ப் புகையுது.

எழுத்து, மார்ச் 1963

சுந்தர ராமசாமி

தேடல்

ஏன் இங்கு என்னை
நீ போ என்றாய்

நீ சொன்னபடிக்கு
நான் இங்கு வந்து
தேடிப் பார்த்தேன்
தேடிப் பார்த்தும்
அகப்படவில்லை

அகப்படவில்லை
என்று நான் சொல்லி
கண்ணீர் விட்டுக்
கதறி அழுதேன்

கும்பல் கூடித் துக்கம்
கேட்டது
தேடிய பொருளின்
பெயர் கேட்டு
நின்றது.

தேடிய பொருளின்
பெயர் நான்
அறியேன்.

பெயருள்ள பொருளையே
மண்ணவர் தேடுவர்
என்பதும் அறியேன்.

பெயரற்ற பொருளைத்
தேடிய எனக்குப்
பட்டம் கிடைத்தது
பைத்தியம் என்று.

தேடித் திரிவதில்
ருசிகண்ட நானோ

  சுந்தர ராமசாமி

தேடி அலைகிறேன்
தேடி அலைகிறேன்.

மற்றொன்று செய்ய
மார்க்கம் அறியேன்
மன்னிக்க வேணும்
மன்னிக்க வேணும்.

எழுத்து, ஏப்ரல் 1963

உன் கை நகம்

நகத்தை வெட்டியெறி — அழுக்குச் சேரும்
நகத்தை வெட்டியெறி — அழுக்குச் சேரும்

அகிலமே சொந்தம் அழுக்குக்கு
நகக்கண்ணும் எதற்கு அழுக்குக்கு

'பிறாண்டலாமே — எதிரியைப்
பிறாண்டலாமே'

பிறாண்டலாம் பிடுங்கலாம்
குத்தலாம் கிழிக்கலாம்
ஆரத் தழுவிய
அருமைக் கண்ணாளின்
இடது தோளில்
ரத்தம் கசியும்
வலதுகை நகத்தை வெட்டியெறி — அல்லது
தாம்பத்ய பந்தத்தை விட்டுவிடு

தூக்கிச் சுமக்கும்
அருமைக் குழந்தையின்
பிஞ்சுத் துடைகளில்
ரத்தம் கசியும்
இடதுகை நகத்தை வெட்டியெறி — அல்லது
குழந்தை சுமப்பதை விட்டுவிடு

நகத்தை வெட்டியெறி — அழுக்குச் சேரும்
நகத்தை வெட்டியெறி — அழுக்குச் சேரும்

'குறும்பை தோண்டலாமே — காதில்
குறும்பை தோண்டலாமே'

குறும்பை தோண்டலாம்
குறும்பை தோண்டலாம்
குறும்பைக்குக் குடியிருப்பு

சுந்தர ராமசாமி

குடலுக்குக் குடிமாற்றம்
குருதியிலும் கலந்துபோம் — உன்
குருதியிலும் கலந்துபோம்

நகத்தை வெட்டியெறி — அழுக்குச் சேரும்
நகத்தை வெட்டியெறி — அழுக்குச் சேரும்.

எழுத்து, மார்ச் 1959

நடுநிசி நாய்கள்

இந்த நடுநிசி நாய்கள்
இருள் விழுங்குகையில்
தொண்டையில் சிக்கிக்
கத்திச் சாகின்றன.

தரை வெளுத்ததும்
பாதையோரம்
குனிந்த தலை குனிந்தபடி
மோப்பக் காற்றில் தூசிபறக்க
சாபத்தின் ஏவல்போல்
மனித மலங்கள்
தேடித் திரிகின்றன.

கறுப்பு விதைகாட்டி
பிட்டி சிறுத்துக் குலுங்க,
வெட்கம் கெட்டுத்திரியும்
இந் நடுநிசி நாய்களுக்கு
ஓய்வில்லை;
உறக்கமும் ஓய்வாக இல்லை.

கையுயர்த்திப் பாசாங்கு காட்டும்
பள்ளிச் சிறுவனிடம் பயங்கொண்டு
இந் நடுநிசி நாய்கள்
பின்னங் காலிடை நுழையும் வாலை
வாய்கொண்டு பற்றி இழுத்து
பயங்கொண்டு வால்தின்று சாகின்றன.

முற்பகலில் மனம் மூட்டமடைய
நினைவுகளால் துக்கம் தேக்கி
சிறிது வலுச்சண்டை கிளப்பி
கடித்துக் குதறி
ரத்தம்கண்டு ஆசுவாசம் கொள்கின்றன.

பிற்பகல் ஒளிவெள்ளம்
பார்வையைத் தாக்க

                                        சுந்தர ராமசாமி

இலைகளின் நிழல்கள் முதுகில் அசைய
சற்றே கண்மயங்கிக் கிடக்கின்றன.

மாலையில் கண்விழித்து
நால்திசையும் பார்வை திருப்பி
உறக்கத்தில் சுழன்ற உலகம் மதித்து
எழுந்து சோம்பல் முறித்து நீட்டி நிமிர்ந்து
தேக்கிய சிறுநீர்
கம்பந்தோறும் சிறுகக் கழித்து
ஈக்கள் மேல்வட்டமிட்டுப் பின்தொடர
மாலை நடை செல்கின்றன.

அந்தியில் புணர்ச்சி இன்பம்
(ஒரு தடவை அல்லது இரு தடவை)
மீண்டும் நடுநிசியில் இருள் விழுங்கித்
தொண்டை சிக்கக் கத்தல்.

கசடதபற, மார்ச் 1973

ஆளற்ற லெவல் கிராஸிங்கில்

ஆளற்ற லெவல் கிராஸிங்கில்
விபத்துகள் அதிகம்
(முன்னை விடவும்)

ஏனெனில்
ஆளற்ற லெவல் கிராஸிங்கில்
ஆளில்லை
லெவல் உண்டு
குறுக்கே தாண்ட தண்டவாளம் உண்டு
எனினும் சாத்தக் கதவுகள் இல்லை
மணியில்லை.
சிவப்பு விளக்கில்லை.

ஆளற்ற லெவல் கிராஸிங்கில்
விபத்துகள் அதிகம்
(முன்னை விடவும்)

ஏன் முன்னை விடவும் எனில்
நேற்று வரை நீ தாண்டி நான் தாண்ட
இன்று உனக்கு முந்தி நான் தாண்ட
உனக்கு முந்தி அவனுக்கு முந்தி
இவனுக்கு முந்தி எனக்கு முந்தி
நான் தாண்ட

உனக்கு முந்தி நீ தாண்ட

நேற்று வரிசை
இன்று நெரிசல்

நேற்று அக்கம் பக்கம் பார்த்து;
இன்று பார்க்கும் இடத்தில் அரை வேட்டி அவிழ்த்து

   சுந்தர ராமசாமி

நேற்று அண்ணே அண்ணே
இன்று மிஸ்டர் மிஸ்டர்

ஆளற்றுப் போய்
அதிகமாச்சு
எல்லாம்.

பிரக்ஞை, நவம்பர் 1975

தெருப் பாராக்காரருக்கு

எல்லாம் அறிந்திருந்தும்
ஏதும் அறியாதவர்போல்
இன்றும் விடாது விசிலூதி
ஜன்னலோரம் என் முகம் காண
மல்லுக்கு நிற்பதேன்
என் அறையில் பின்னிரவில்
விளக்கெரியத் தொடங்கி
காலங்கள் கொஞ்சமா ஆச்சு

விழித்தல் உமக்குப் பிழைப்பு
எனக்கோ விதி.

பின்னிரவில்
இச் சாய்வு நாற்காலியில்
புகைப்பெட்டி காலியாதல்
கோழி கூவுதல்
இவற்றில் முந்துவதைக் கெடு வைத்து
என்ன என்ன விசாரங்கள்...

...கொஞ்சம் கலை
மனத்தில் நிழலாடும்
நடை அசைவில்
எப்போதோ கண்ட
நெளியும் பின்னல்கள்.

மனத்தின் பேரண்ட வெளியில்
கிறுக்குச் சிலந்தியின் பின்னல் வலைகளை
மூளைக் கண்டில் சுற்றத் தெரியாது விழித்தல்.
வழிந்தோடும் வார்த்தைகளைக்
காகிதத்தில் ஏந்துகையில்
ஓரம் வழிந்து பின் படர்ந்து போதல்
முத்தம் ஏற்க நாவுணர்ந்த நஞ்சு
கை குலுக்கியவன் அறுத்தெடுத்த விரல்கள்
இவ்வாறு,

 சுந்தர ராமசாமி

ஒரு சீதளம் ஓராயிரம் வெப்பங்கள்
மருகி மனம் நோக
வாய் புகைய, கோழியும் கூவ...

எல்லாம் அறிந்திருந்தும்
நீர் ஏதும் அறியாதவர் போல்
மல்லுக்கு நிற்பதேன்.

ஞானரதம், டிசம்பர் 1973

ஆசுவாசம்

முட்டையிடும் கூண்டில் எச்சமிடும் கழுகு ஒன்று
என் புத்தக அலமாரியைக் குடையும்
உலகச் சிக்கல்களுக்கு ஆயத்த மருந்துகள் கூறும்
இருமும் பொடி மண்ணில் சுருளும் கபம்
முல்லை மொக்கெனக் கண்டு மகிழும்
நெஞ்சின் கூடைப் பின்னலை
தவம் தந்த பரிசெனக் கூறும்
உலகம் சரிந்ததில் விசனம் பேசும்
எலும்புக்கரப் பழைய பிரதிக்ளை மீண்டும் எழுப்பும்
இருமி விடைபெற்றுச் செல்லும்
என் அறையும் பெருமூச்சுவிட்டுப் புரண்டு படுக்கும்.

சோதனை, ஏப்ரல் 1973

தவறாய்

தவறாய்
ஒரு பிரிவுக்கு ஏற்பாடாயிற்று.

தவறாய் தலைவரும் விளித்து விட்டார்.
எழுந்தும் நின்றாயிற்று தவறாய்.

தவறாய் பிரிவுக்கு வருந்திப் பேசிவிட்டீர்.
தவறாய் கரங்களும் குவியத் துடிக்கின்றன.

தவறாய் என
இப்போது எப்படிச் சொல்வேன்.

பேசினால் போய் விடுவீர்
தழுதழுத்தாலும் அப்படியே.

எனக்கோ
பிரிந்த பின் போக இடமில்லை;
சேர உறவு இல்லை;
செய்யக் காரியம் எதுவுமில்லை.

இதுவே,
இவ்வுறவே என்றும்
என்றுகூட எண்ணாமல்
அதுவாய், அதுவாய்
காலம் எல்லாம் கழித்தாயிற்று.

தவறாய் என
இப்போது எப்படிச் சொல்வேன்.

தவறாயிற்று எல்லாம்.

சதங்கை, ஜனவரி 1975

சுந்தர ராமசாமி

எனது தேவைகள்

கொஞ்சம் முகம் பார்த்துத் தலைசீவ ஒரு சந்திரன்
லோஷன் மணக்கும் பாத்ரூம்
என் மனக்குதிரைகள் நின்று அசைபோட ஒரு லாயம்
என் கையெழுத்துப் பிரதியில் கண்ணோட
முகங்கொள்ளும் ஆனந்தச் சலனங்கள்
நான் காண ஒரு பெண்
சிந்திக்கையில் கோத ஒரு வெண்தாடி
சாந்த சூரியன்
லேசான குளிர்
அடிமனத்தில் கவிதையின் நீரோடை.

ஞானரதம், டிசம்பர் 1973

மேஸ்திரிகள்

பல்கலைக் கழகத்தின்
முன்னொரு தோட்டம்
தீட்டினார் மேஸ்திரி
அதி அற்புதத் திட்டம்

திட்டம் விளைந்தது
தோட்டம் மறைந்தது
காட்சி தந்தது
மிருகக் காட்சிசாலை

தோட்டத்தில் மேஸ்திரி ஒருவரே
எண்ணத்தொலையுமோ உள்ளே?

எழுத்து, ஆகஸ்ட் 1959

   சுந்தர ராமசாமி

மந்த்ரம்

டயூப்லைட் சுந்தராச்சி உபயம்
குத்துவிளக்கு கோமுட்டிச்செட்டி உபயம்
உண்டியல்பெட்டி தெ.கு.வே. உபயம்
பஞ்சதிரி விளக்கு ஆண்டி நாடார் உபயம்
குண்டுச்சட்டி பால்பாயச உருளி த்ரிவிக்ரமன்
                              நாயர் உபயம்
சூடன்தட்டு ரீஜென்று மகாராணி உபயம்
தகரடப்பா ஆறு நித்யானந்தா உபயம்
அலுமினியப் போணி வமு.சல.பெ.ம.
அரிகரபுத்திரன் செட்டியார் உபயம்
ஸ்க்ரு ஆணி நட்டு பட்டு அம்மாள் உபயம்
தீபத்தட்டு பெரியன் தாத்தாச்சாரி உபயம்
சின்னத்தட்டு ஒரு டஜன்
வைரங்குளம் மிட்டாதார் உபயம்

வைரங்குளம் மிட்டாதார்
        அவர் அப்பா உபயம்
அவர் அப்பா
        அவர் அப்பா உபயம்
அவர் அப்பா
        அவர் அம்மா உபயம்
அவர் அம்மா
        அவர் அப்பா உபயம்
அவர் அப்பா
அவர் அம்மா
அவர் அம்மா
அவர் அப்பா
நீ
நான்
அவள்
இவன்
அவன்

பூனை
புண்
பூ
புழு
பூச்சி
குண்டூசி
குத்தூசி
கடப்பாரை
லொட்டு லொடக்கு
எல்லாம்
ஸ்வாமி
உபயம்
ஸ்வாமி
சிற்பி
உபயம்

சிற்பி
        அவர் அப்பா உபயம்
அவர் அப்பா
        அவர் அப்பா உபயம்
அவர் அப்பா
        அவர் அம்மா உபயம்

அவர் அப்பா அவர் அம்மா
அவர் அம்மா அவர் அப்பா
எல்லாரும் ஸ்வாமி உபயம்

ஸ்வாமி
நம்ம உபயம்
நாம
ஸ்வாமி உபயம்
நம்ம பேரு சாமிமேலே
சாமி பேரு நம்மமேலே.

இலக்கிய வட்டம், செப்டம்பர் 1964

  சுந்தர ராமசாமி

கடலில் ஒரு கலைஞன்

கடலோரம்
அலை ஓயக்
காத்திருந்தான்
ஒருவன்.

பின்னர்
கடலலைகள்
ஓயா நிலை கண்டு
தன்னுள்
ஆழக் குழிக்குள்
நுரை கக்கும்
அலைகள்
பல அடக்க
கடலோரம்
காத்திருந்தான்
நெடுங்காலம்.

நெடுங்காலம்
காத்திருந்தும்
கடலலை ஓயா
நிலை கண்டு
ஆசை அலை ஓயத்
தவஞ்செய்தான்.
ஆசை அலை ஓயக்
காம அலை ஓய
எண்ண அலை ஓயத்
தவஞ்செய்தான்.

எண்ண அலை ஓய
நான் எனும்
அகந்தை அலை
அழிந்தொழிய
அவனும்
செத்தொழிந்து

மறைந்தான்.
கடலலையோ
அன்றுபோல்
இன்றும்
நான் நான் என
அகங்கரித்து
நான் நான் என
ஓயாது அரற்றி
நிமிர்ந்தெழுந்து
இருப்பிடம் காட்டி
தன்னில்
தான் கரைய மறுத்து
உருண்டு திரண்டு
கரையேற முன்னி
கரங்கள் ஆயிரமாய் வீசி
படையணிகள் பலவகுத்து
பத்திகள் பலப்பலவாய் விரித்து
சீறிச் சுருண்டு
கரைபிடிக்க உன்னி
பள்ளம் பின்னிழுக்க
நேசப்படை நடுவழியில்
பின்திரும்பி மோத
வேகம் இழந்தும்
மனஞ்சோர மறுத்து
நம் பாதம் அணைய
விரைந்து தவழ்ந்தேறி
நீசக்கரை வாங்கும் வாங்கில்
கபோலம் விடலாய்ச் சிதற
சதகோடி முத்தாய்
சிந்திச் சிதறி
தன்னில் தான் கரையும் வேளை
பொசுக்கென வீசும் காற்றின்
முதுகுபிடித் தெப்படியோ ஏறி
குடைந்தெழுந்து
உருண்டுதிரண்டு உருவங்கொண்டு

தன்முகங் காட்டத்
துடிதுடித்து
வாழத் துடிதுடிக்கும்
அலையே
நீயும் நீரே.

எனினும்
உன்னில் கரைந்த
உப்போ
வெறும் உப்பே.

எழுத்து, மே 1966

சுந்தர ராமசாமி

பந்தின் கதை

பலர் துரத்திப் பிடிக்க
சிலர் விரட்டிச் செல்ல
ஒருவன் வெட்டி எடுத்துப்
பக்கவாட்டில் தட்டிக் கொடுக்க
அனைவரும் விரைந்தோட
விரைந்தோடியவரில் ஒருவன்
விழுந்து உருள
ஒருவன் தூக்கிவிட
விசிலடிக்க
சிதறியோட
பலர் குவிந்து தாக்க

சுற்றிச்
சுழன்று
ஒருவன்
பிதுங்கி வர
பிதுங்கி வந்தவன்
ஓட்டமாய் ஓட
கைதட்டல்
சவால்
எதிர்ச்
சவால்
கலகலப்பு
சிறு
கைகலப்பு
அதோ அதோ என
அடி அடி என
விடாதே விடாதே என
பலர் துரத்திச் செல்ல
அவன் கொண்டோடிச் செல்ல
சிலர் ஆர்ப்பரிக்க
சிலர் கைதட்ட
விசிலடிக்க
மீண்டும்
விசிலடிக்க
தலை தெறித்தோட
அட்டகாசம்
ஆர்ப்பரிப்பு
விசிலூத
திடுமென
எள்ளோசை
அமைதி.

விசிலடிக்க
மீண்டும்
அட்டகாசம்
ஆர்ப்பரிப்பு

   சுந்தர ராமசாமி

கோலாகலம்
எல்லாம் ஆகி
கருக்கு இருட்ட
சிலர்
ஆ ஆ என
சிலர்
ஐயோ ஐயோ என
சிலர்
போச்சு போச்சு என
இடுக்கு வழி
நழுவிச் சென்றது
பந்து.

இலக்கிய வட்டம், செப்டம்பர் 1964

பசுவய்யா
வாழ்க்கைக் குறிப்பு

1931இல் மூன்று சகோதரிக்கிடையே தந்தைக்கு ஒரு பிள்ளையாய்ப் பிறந்தார். இளம்பிள்ளை வாதத்தால் கடுமையாய்ப் பீடிக்கப்பட்டு மரணத்தின் வாயிலை மிதித்து மீண்டு, தந்தையின் வெளித்தெரியாது போன அன்புக்கு ஏங்கி, அவரது இரும்புக் கட்டுப்பாட்டின் கீழ் நிழலடிச் செடியாய் வளர்ந்தவர். உடல்நலக் குறை வினால் பள்ளி இறுதி வகுப்புடன் கல்வி நின்றுபோக, இலக்கியத்தின்பால் ஈர்க்கப்பட்டு அதுவே சரண் எனக் கொண்டு, ஆரோக்கியமான புதுமைப்பித்தன் பாதிப்பு களுடன் எழுத்துத்துறையில் பிரவேசித்தார். 1952இல் இவர் பதிப்பித்து வெளியிட்ட 'புதுமைப்பித்தன் நினைவு மலர்' ஒரு தரமான தொகுப்பு. சிறுகதைக்கும் கம்யூனிஸத்துக் கும் மனசைக் கொடுத்து இவர் ரகுநாதனின் 'சாந்தி'யில் எழுதிய தொடக்க காலக் கதைகள் 'முற்போக்கு' முத்திரை களைக் கொண்டு, இலக்கியத்தரமாக அமைந்தன. இவரைத் தமிழுக்கு அறிமுகம் செய்த பெருமை ரகுநாதனைச் சேர்ந்தது. 'சாந்தி' தொடர்பை இவரது இலக்கிய வாழ்க்கை யின் முதல் கட்டம் என்று சொல்ல வேண்டும். விஜயபாஸ் கரனின் 'சரஸ்வதி' தொடர்பு இரண்டாவது கட்டம். 'சரஸ்வதி'யில் இவர் பிரசுரித்த சிறுகதைகளும், 'ஒரு புளிய மரத்தின் கதை'த் தொடரும் இவரது இலக்கிய ஸ்தானத்தை உறுதி செய்தன.

க.நா.சு.வால் சிறந்த படைப்பாளிகளுள் ஒருவர் எனப் பாராட்டப்பட்ட சுந்தர ராமசாமி, எழுத்தில் முதன் மையாக ஒரு Stylist. புதுமைப்பித்தன் பாதிப்பு அடிப் படையில் இவரிடம் உருவான தமிழ் – சிருஷ்டி – நடை புதிய கோலங்களையும் பரிமாணங்களையும் கொண்டது. 'ஒரு புளிய மரத்தின் கதை'யில் இவரது தமிழ்நடை ஒரு தீவிரநிலையை அடைந்துவிடுகிறது.

தொண்ணூறு சதவீதம் சனாதன எதிரியான இவர் தொண்ணூறு சதவீதம் ஒரு moralist ஆக இருப்பதில் எவ்வித முரண்பாடுகளும் காண முடியாது என்பதை இவரிடம் நேர்த்தொடர்புடையவர்கள் நன்கு புரிந்துகொள்ள முடியும். கோவில்களுக்குப் போகாதவர் என்றாலும் நாஸ்திகர் அல்ல. குடித்திருப்பவர் என்றாலும் குடிகாரர் அல்ல. தற்பெருமை களின்றி அடக்கத்தின் உறைவிடமாய்த் திகழ்பவர். சிறந்த சம்பாஷணைக்காரர். கருத்துப் பரிமாற்றம் என்பதின் பொருளை உண்மையாக உணர்ந்தவர். 'சொல்லு, கேட்கிறேன்' என்று எதிரே இருப்பவனிடம் காதையும் மனதையும் கழற்றிக்கொடுத்து விட்டு பேசாமல் இருக்கத் தெரிந்தவர். சல்லாபம், அளவளாவுதல் என்ற பெயரில் நண்பர்களிடம் வேசித்தனமாக நடந்து கொள்ளத் தெரியாதவர். பல சமயங்களில் இவரது நேர்மையும், தன்னடக்கமுமே இவருக்கு எதிரியாகிவிடுகிறது.

மரபுக் கவிதைக்கு எதிரானது இவரது வாதங்கள் ஆழமும் ஆணித்தரமுமானவை. புதுக்கவிதைக்கு இவர் தன் வழியில் காணும் பொருள் இன்றைய புற்றீசல் புதுக்கவிதைக்காரர் களிடமிருந்து இவரை விலக்கி நிறுத்துகிறது. இன்றைய புதுக்கவிதைப் பெருக்கம் நாளைய உண்மைக் கவிதையைச் சாத்தியமாக்கிவிடப் போகிறது என்பதில் அசைக்க முடியாத நம்பிக்கை கொண்டவர்.

சில ஆண்டுகளாக எழுதாதிருந்துவிட்டு இன்று இவர் எழுதிவரும் கதைகள் மொழி மோகங்களிலிருந்து விடுபட்டு, வாழ்வின் உள்ளார்ந்த அர்த்தங்களையும் ஆழங்களையும் ஆத்மார்த்தமாகத் தேடி அலைவதாக அமைகின்றன. கவிதைக் குள் அடங்கிவராதவற்றின் விகாசமாகத் தன் கதைகளைப் படைக்க முயல்கிறார் என்றுகூடச் சொல்லலாம்.

இவரது முதல் கதைத்தொகுதி 'அக்கரைச் சீமையில்' 1959இல் வெளியாயிற்று. அடுத்து 1962இல் பிரசுரமான 'பிரசாதம்' கதைத் தொகுப்பின் முன்னுரையில் கம்யூனிஸ சித்தாந்தங்களிலிருந்து இவர் தன்னைத் தீவிரமாக அறுத்துக் கொள்கிறார்.

சமீபத்தில், தர்மு அரூப் சீவராம் தொடர்பின் விளைவாக இவருக்கு உண்டான ஜே. கிருஷ்ணமூர்த்தி ஈடுபாடு ஒரு வேகம் பெற்றுப் பின் தேய்ந்துவிட்டதாகத் தெரிகிறது.

மலையாளத்திலிருந்தும் ஆங்கிலத்திலிருந்தும் மொழி பெயர்ப்புக்கள் செய்திருக்கிறார். இவரது கதைகள், கவிதைகள் சில பிற மொழிகளில் பெயர்க்கப்பட்டுள்ளன.

1954இல் மணமான இவருக்கு மூன்று பெண்கள், ஒரு பையன். குடும்பத்தின்மேல் இவருக்கிருக்கும் ஈடுபாடு இவரது இலக்கிய ஈடுபாட்டுக்குச் சற்றும் குறைந்ததல்ல.

09.09.75   கிருஷ்ணன் நம்பி

9 788189 945466